AF514259

ശബ്ദത്തിന്റെ കടൽ

(poem)
shabdhathinte kadal

•

p y balan

•

first edition
november 2017

•

typesetting & published
chintha publishers, thiruvananthapuram

•

cover
vinaya kumar

•

painting
sunil g

•

back cover photo
af joji

Rights reserved

വിതരണം

ദേശാഭിമാനി ബുക്ക് ഹൗസ്
H O തിരുവനന്തപുരം-695 035
phone: 0471-2303026, 6063026
www.chinthapublishers.com
chinthapublishers@gmail.com

ബ്രാഞ്ചുകൾ

ഹെഡ്ഡാഫീസ് ബ്രാഞ്ച് കുന്നുകുഴി • സ്റ്റാച്യു തിരുവനന്തപുരം • കെ എസ് ആർ ടി സി ബസ് സ്റ്റേഷൻ ആലപ്പുഴ • കെ എസ് ആർ ടി സി ബസ് സ്റ്റേഷൻ എറണാകുളം • മച്ചിങ്ങൽ ലെയ്ൻ തൃശൂർ • ഐ ജി റോഡ് കോഴിക്കോട് • മാവൂർ റോഡ് കോഴിക്കോട് • എൻ ജി ഒ യൂണിയൻ ബിൽഡിങ് കണ്ണൂർ • സെൻട്രൽ ബസ് ടെർമിനൽ കോംപ്ലക്സ് താവക്കര കണ്ണൂർ

CO - 2578 / 4433
ISBN - 978-93-86637-48-2

ശബ്ദത്തിന്റെ കടൽ

(കവിതകൾ)

പി വൈ ബാലൻ

ചിന്ത പബ്ലിഷേഴ്സ്
തിരുവനന്തപുരം-695 035

പി വൈ ബാലൻ

1956 മാർച്ച് മൂന്നിന് തിരുവനന്തപുരം ജില്ലയിലെ കടലോരഗ്രാമമായ പുല്ലുവിളയിൽ ജനനം. അച്ഛൻ : യോഹന്നാൻ അമ്മ : പുഷ്പലീല.

ലീയോ തേർട്ടീന്ത് എച്ച് എസ് എസിൽ ഏഴാം തരം വരെ, തുടർന്ന് സെന്റ് വിൻസെന്റ് സെമിനാരിയിൽ രണ്ടുവർഷം വൈദിക വിദ്യാർത്ഥി (തിരുവനന്തപുരം സെന്റ് ജോസഫ് എച്ച് എസ് എസിൽ പഠനം; എട്ടും ഒൻപതും). മൈനർ സെമിനാരിയിലെ പഠനം മതിയാക്കി പൂവാർ ഗവൺമെന്റ് എച്ച് എസ് എസിൽ ചേർന്ന് പത്താം ക്ലാസ് പാസായി. കാട്ടാക്കട ക്രിസ്ത്യൻ കോളേജിൽ പ്രീഡിഗ്രി. ചാക്ക ഐ ടി ഐയിൽ രണ്ടുവർഷം. പിന്നീട് ആലപ്പുഴ പ്രീമിയർ മൊറാർജി കെമിക്കൽസ് ലിമിറ്റഡ് കമ്പനിയിൽ ഓപ്പറേറ്റർ ട്രെയിനി. ആ ഉദ്യോഗം പാതിവഴിയിൽ ഉപേക്ഷിച്ച്, മത്സ്യത്തൊഴിലാളികളുടെയിടയിൽ (എൽ സി മുക്കുവ) സാമൂഹ്യപ്രവർത്തനത്തിൽ സജീവമായി. പ്രോഗ്രാം ഫോർ കമ്യൂണിറ്റി ഓർഗനൈസേഷൻ സെന്ററിൽ ചേർന്ന് പ്രവർത്തനം.

ഏകദേശം 26 വയസ്സ് പ്രായമുള്ളപ്പോൾ, 1981 ൽ യൂണിവേഴ്സിറ്റി ഈവനിങ് കോളേജിൽ മലയാളം ബി എയ്ക്ക് ചേർന്നു. ആ സമയത്ത് *തീരശബ്ദം* മാസികയിൽ പാർട്ട് ടൈം ജോലി നോക്കിയിരുന്നു. പിന്നീട് ആ ജോലി ഉപേക്ഷിച്ച് രണ്ടാം വർഷം യൂണിവേഴ്സിറ്റി ഡേ കോളേജിലേക്കു മാറി. 1985 ൽ വീണ്ടും പ്രോഗ്രാം ഫോർ കമ്യൂണിറ്റി ഓർഗനൈസേഷനിൽ.

കഴുതയും വിശുദ്ധരും, ഇടം വലം എന്നിവ കവിതാസമാഹാരങ്ങൾ. കേന്ദ്രസാഹിത്യ അക്കാദമി പ്രസിദ്ധീകരണമായ ഇന്ത്യൻ ലിറ്ററേച്ചറിൽ കവിതകൾ പരിഭാഷപ്പെടുത്തിയിട്ടുണ്ട്. The Two named Boy എന്ന ഇംഗ്ലീഷ്- മലയാളം സമാഹാരത്തിൽ അതേ പേരുള്ള കഥ എഴുതി.

ഭാര്യ : അമ്പിളി

മകൾ : മീനു

Mob : 09746810382

Email : balanpy56@gmail.com

ഉള്ളടക്കം

പ്രസാധകക്കുറിപ്പ്

സമകാലിക മലയാള കവിതയുടെ വേറിട്ട സ്വരമാണ് പി വൈ ബാലന്റേത്. കാവ്യവഴികളിലെ ബഹളങ്ങൾക്കിടയിൽ ഈ കവിയെ നമുക്ക് കണാനാവില്ല. അയാൾ നിശ്ശബ്ദനായി കവിതയെഴുതുന്നു. കവിതയെക്കുറിച്ച് മാത്രം ചിന്തിച്ചു നടക്കുന്നു. കവിത നല്കുന്ന ആത്മവിശ്വാസംകൊണ്ട് മാത്രം ജീവിക്കുന്നു.

മലയാള കവിതയിൽ നിശ്ശബ്ദനായി നടന്നുപോകുന്ന ഈ കവിയെ ഞങ്ങൾ തിരിച്ചറിയുന്നു. പുതുകവിതയുടെ സ്വരങ്ങൾ ഏറെ മുഴങ്ങിക്കേൾക്കുന്ന പി വൈ ബാലന്റെ ഏറ്റവും പുതിയ കവിതാ സമാഹാരം ഞങ്ങൾ വായനക്കാർക്ക് സമർപ്പിക്കുന്നു.

ചിന്ത പബ്ലിഷേഴ്സ്

സമർപ്പണം

അകാലത്തിൽ അന്തരിച്ച ചിത്രകാരൻ
രാജൻ കൃഷ്ണന്,
സാംസ്കാരിക പ്രവർത്തകനും സഹോദര
തുല്യസുഹൃത്തുമായിരുന്ന
കെ ജി വിജയകുമാറിന്

കരുതിവെച്ച വെള്ളക്കടലാസ്

how can a man become a poet in spite of life?'
The Poetics of Reverie, Gaston Bachelard

ഒരു സ്വപ്നം അവശേഷിച്ചിരുന്നു കവിത മാത്രം (കവിത)

ഭാഷയിലുള്ള കൊത്തുപണിയാണ് കവിത എങ്കിൽ മൈക്കലാഞ്ചലോ ശില്പകലയെക്കുറിച്ചു പറയുന്നതുപോലെ തന്റെ മുന്നിലുള്ള ഭാഷാ ശിലയിൽനിന്ന് എന്തൊക്കെ കൊത്തിമാറ്റും എന്നതാണ് പ്രശ്നം. ഉപയോഗംകൊണ്ടും 'അധിക'പ്രസംഗംകൊണ്ടും അസത്യങ്ങൾ കൊണ്ടും അതിപ്രസ്താവങ്ങൾകൊണ്ടും പെരുപ്പിക്കലുകൾകൊണ്ടും തിണർത്ത ഭാഷാശിലയിൽനിന്ന് വികാരത്തെ, സംവേദനശേഷിയെ, അനുഭവക്കാമ്പിനെ വീണ്ടെടുക്കുക എന്നതാണ് കവിത. 'ഒരു കാവ്യ ബിംബം അതിന്റെ പുതുമയിൽ ഭാഷയ്ക്ക് ഒരു ഭാവി തുറക്കുന്നു' എന്ന് ബാക്കലാർഡ്.

അനുഭവങ്ങളുടെ വൈയക്തികത/അനന്യത അസാദ്ധ്യമായ ഒരു കാലത്ത് കവിതയുടെ ദൗത്യം ഭാഷയുടെ തന്നെ ധാതുശേഷിയെ, ആണവോർജ്ജത്തെ വീണ്ടെടുക്കലാണ്; എല്ലാം പൊതുവായതിലും സാമാന്യത്തിലും അലിയുമ്പോൾ ഞാൻ എന്നതിന്റെ പ്രകാശനം എന്റെ അനുഭവത്തിന്റെ അസ്സഹനീയമായ അനന്യത വിനിമയ ക്ഷമമല്ലാ താകുന്നു, കവിത അതിനെതിരായ പ്രതിരോധമായി മാറുന്നു; വാക്കു കളെ, രൂപകങ്ങളെ, ബിംബങ്ങളെ, തുടച്ചുമിനുക്കിക്കൊണ്ട്, ധ്യാന ശക്തിയും ധ്വനനശേഷിയും തിരിച്ചു നല്കിക്കൊണ്ട്...

2

കടലും ശരീരവും തമ്മിലുള്ള നിലയ്ക്കാത്ത മുഖാമുഖമായി ബാലന്റെ ഈ കവിതാസമാഹാരത്തെ വായിക്കാം. രണ്ടിനും ഒരു തരം/തലം നിശ്ചിതത്വവും സ്ഥലബദ്ധതയുമുണ്ട്; അതിരുകളുള്ളപ്പോഴും അവയ്ക്ക് അതീതത്വവും അതിലംഘനശേഷിയും ഉണ്ട്. രണ്ടും ആകാശത്തിനും ഭൂമിക്കുമിടയിൽ പ്രവർത്തിക്കുന്നു; രണ്ടിനും വേലിയിറക്കങ്ങളും ഏറ്റങ്ങളുമുണ്ട്; അവ ആകാശത്തിലേക്ക് ഉന്മുഖമാകുന്നു, ഉയരുന്നു; സ്വന്തം ഭാരത്തിൽ ഭൂമിയിലേക്ക് താഴുന്നു, ഗുരുത്വാകർഷണപ്പെടുന്നു. കടലിനും കരയ്ക്കുമിടയിലെ ഈ ഇടനില അതിരുകളെ നിരന്തരം അപ്രസക്തമാക്കുന്ന ഒരിടമാണ്; തിരയടിച്ചും കടൽ കയറിയുമിറങ്ങിയും പലതരം അവസ്ഥകൾക്കിടയിൽ അതിരുകൾ മാറിമറിയുന്നു, ശരീരവും ഇവിടെ ഇടനിലകളിലാണ് - ബോധം പ്രജ്ഞ വികാരം വിചാരം എന്നീ എല്ലാറ്റിന്റെയും പ്രഭവവും ലക്ഷ്യവും മാധ്യമവും ആണത്. ഭൗതികവും വാസ്തവികവുമായവ തോന്നലും ഭീതിയും ആഹ്ലാദവും വികാരവുമായും, മറിച്ച് വാക്കും ചിന്തയും ഭയവും സ്വപ്നവും സന്തോഷവും എല്ലാം അങ്ങേയറ്റം മൂർത്തവും വസ്തുസാന്നിദ്ധ്യങ്ങളുമായി പകർന്നാടുന്നു.

അനന്യവും വൈയക്തികവുമായ അനുഭവത്തെ ജീവിതത്തിന്റെ/കാലത്തിന്റെ ഒഴുക്കിൽനിന്ന് വീണ്ടെടുക്കാനുള്ള ശ്രമങ്ങളാണ് ഈ കവിതകൾ; തന്മകളെ/തനിമകളെ 'പൊതു'വായതിൽ ലയിക്കാൻ അനുവദിക്കാതിരിക്കുകവഴി അവയുടെ അനന്യതയെ പരതുകയും വീണ്ടെടുക്കുകയും അങ്ങനെ അവയുടെ സാമൂഹികതയെയും മനുഷ്യപദാർത്ഥത്തെയും തിരിച്ചുപിടിക്കുകയുമാണ് ഈ കവിതകൾ. അനുഭവസാക്ഷ്യങ്ങളാകുന്ന രൂപകങ്ങളിലൂടെ ലോകത്തെ അവ തിരിച്ചുപിടിക്കുന്നു; ജീവിതത്തിന്റെ തെളിവുകളാക്കി മാറ്റുന്നു. അതുകൊണ്ടു തന്നെ ശരീരത്തിന്റെ നിത്യജീവിതാനുഭവം ആണ് - അതിന്റെ എല്ലാവിധ ദൈനംദീനതയിലും ദുസ്സഹനീയമായ ആവർത്തനത്തിലും ഒഴിച്ചുകൂടായ്മയിലും - ബാലന്റെ കവിതകളുടെ ധാതു സ്രോതസ്സ്, പ്രകാശന മാധ്യമം, ചിലപ്പോൾ ഉച്ചാടന ലക്ഷ്യം.

3

കടൽപോലെ നിർമ്മമമായ ഒരുതരം തീവ്രതയോടെ ശരീരം എല്ലാറ്റിനെയും സ്വീകരിക്കുന്നു, തിരകളായി അനുഭവിക്കുന്നു, കാറ്റും കോളും അതിലൂടെ കടന്നുപോകുന്നു. ചിലപ്പോൾ വേദനയാൽ ലോകചിന്തയാൽ പ്രണയത്താൽ പ്രക്ഷുബ്ധമാകുന്നു; ക്രമേണ കാറ്റും കോളും തിരയുമടങ്ങി ശാന്തമാകുന്നു; തല്ക്കാലത്തേക്ക് ഉൾവലിയുന്നു. മറ്റൊരു പൗർണ്ണമിയും വേലിയേറ്റവും വരും വരെ. ശരീരം ലോകത്തിന്റെ

ഒരു മാപിനിയാണ്; അതിൽ ലോകം നിരുപാധികം രേഖപ്പെടുന്നു. ലോകത്തിന്റെ വേലിയേറ്റവും ഇറക്കവും ഈ ശരീരത്തിൽ അവയുടെ ആഘാതങ്ങളേല്പിക്കുന്നു; ശരീരം എല്ലാറ്റിനെയും പ്രതിരോധമില്ലാതെ ഏറ്റുവാങ്ങുന്നു; വേദനയും സന്തോഷങ്ങളും മാറിമാറി തിരയടിക്കുന്നു; ഒരു കടലിലെന്നപോലെ.

ഭൗതികശാരീരികമായ ബിംബങ്ങൾ കവിതകളിലുടനീളം കടന്നു വരുന്നു; അവിടെനിന്നാണ് ലോകം ഉരുവാകുന്നത്, അവിടെ വന്നുതന്നെ യാണ് എല്ലാം ആളുന്നതും അണയുന്നതും അടങ്ങുന്നതും. അതു കൊണ്ട് ഇവിടെ ഓർമ്മകൾ വായിൽ വെന്തുനിറയുന്നു, സ്വപ്നങ്ങൾ കരിഞ്ഞുമണക്കുന്നു, ശബ്ദം കാതിൽനിന്ന് ഒലിച്ചിറങ്ങുന്നു, സ്വപ്നവും ചിന്തയും ഓർമ്മയും കൂട്ടിമുട്ടിച്ചിതറുന്നു, ഭയം കരിയുന്നു, ഇടനെഞ്ചിൽ ഇലവ് പൂക്കുന്നു, ചിന്തയ്ക്ക് തീപിടിക്കുന്നു, നെഞ്ചിലും തലയിലും സ്വപ്നത്തിലും ഇരുൾ പുകയുന്നു..

ഉറക്കം എത്ര അകലെയാണ് പോയിരിക്കുന്നത്...
യാത്ര ചെയ്തെത്താൻ നാലഞ്ചു ദിവസം പിടിക്കും
വഴി തെറ്റുമോ എന്നാണ് ഭയം
ഭയം എവിടെപ്പോയി മറഞ്ഞു
കരിഞ്ഞു പോയോ? (സെൽഫി)
കണ്ണുകൾ നീ പോയ വഴിയേ പാഞ്ഞ്
മുള്ളുവേലിയിൽ ഉടക്കിനിന്നു (ട്യൂട്ടോറിയൽ കോളേജ്)
തലവേദന കൂടി
ഓക്കാനം വരുന്നു
തല ചുറ്റൽ,
താരകങ്ങൾക്ക് കോണുകളില്ല
ചന്ദ്രന് വട്ടമില്ല
താങ്ങായ് ഭൂമി (മായ)
റഫറി വിസിൽ മുഴക്കി
കളി നാളത്തേക്ക് മാറ്റി
കാണികൾ കൂക്കിവിളിച്ചു.
ഇരിപ്പിടങ്ങളിൽ
ഇരുട്ടുകയറിയിരുന്നു
ബി പി നോർമ്മലാണ് (വെളിച്ചം)
ആരോ ചിന്തയ്ക്ക് തീ കൊളുത്തി
ഇടിവെട്ടി മഴ
ഭൂമിക്കൊപ്പം തലയും തണുക്കുന്നു (ഭ്രാന്തന്റെ സത്യഗ്രഹം)
വേദനയുടെ കടലിൽ നീന്തുകയാണ്
കരകാണാമെന്ന പ്രതീക്ഷയിൽ
ഏതു ദേശമെത്തിയാലും
അതെന്റെ ദേശമാകും

ഇപ്പോൾ അത്രയൊക്കേ ആലോചനയുള്ളൂ.
ഉള്ളി തൊലിക്കുമ്പോലെ
വേദനകൾ തൊലിച്ചു കളയാമെന്ന് നിനയ്ക്കേണ്ട
ഒന്ന് തീരുമ്പോൾ മറ്റൊന്ന് (വിചാരണ)
ഓണനിലാവ്
ഉച്ചിയിൽ പരന്നു
ഹൃദയം എന്തിനോ വെമ്പൽ പൂണ്ടു
ആകാശത്ത്
ഒരു മഴവിൽ വരഞ്ഞു
അതിൽ
ഹൃദയത്തിന്റെ ചുവന്ന രേഖ (തോന്നൽ)
പ്രമേഹത്തിന്റെ മരുന്നില്ലാതെ
ഈ രാത്രിയെ എങ്ങനെ പറഞ്ഞയക്കും
നാളെയെ എങ്ങനെ വരവേല്ക്കും (കണ്ടുകണ്ടിങ്ങനെ)

4

ഏത് കാറ്റാണ് വീശുന്നത്
കരക്കാറ്റോ കടൽക്കാറ്റോ
കൈനക്കി നോക്കാം
നാവ് കടലിന്റെ ആരവം നുണയുന്നു (സെൽഫി)

കാറ്റാണ് കടൽക്കരയിലെ വാഴ്വിന്റെ ഭാഷ, ചൂടും തണുപ്പും ആശ്വാസവും ആശങ്കയും വഹിച്ചുകൊണ്ട് അത് രാവും പകലും അങ്ങോട്ടുമിങ്ങോട്ടും വീശിക്കൊണ്ടിരിക്കുന്നു, കടലിനും ശരീരത്തിനുമിടയിലെ മാദ്ധ്യസ്ഥവുമാണ് കാറ്റ്. അത് കടലിനും കരയ്ക്കുമിടയിൽ, ജീവിതത്തിനും ലോകത്തിനുമിടയിൽ, ചിന്തയ്ക്കും സ്വപ്നങ്ങൾക്കുമിടയിൽ വീശിക്കൊണ്ടേയിരിക്കുന്നു. കാറ്റിന്റെ ഈ സർവ്വസാന്നിദ്ധ്യം പലതായി വീശിപ്പടരുന്നു; അതിന്റെ ലഘുത്വം, സുതാര്യത, നിത്യചഞ്ചലത്വം, നിരന്തരചലനം, സ്വസ്ഥതയില്ലായ്മ എന്നിവകൊണ്ട് ചിലപ്പോൾ മനസ്സ്, ശരീരം, ലോകം, വികാരം, ക്ഷോഭം, അഭിലാഷം, ഹിംസ അങ്ങനെ എന്തായും അതിനു പകർന്നാടാനാകും; എവിടെയും കടന്നുചെല്ലുന്ന ശബ്ദത്തിന്റെയും ഗന്ധത്തിന്റെയും ഈ മാധ്യമത്തിനു സഹജമായ ഭാവമാണ് ഒഴുക്ക്, പരക്കൽ, കയറ്റിറക്കം... പരിധികളേയും അതിർത്തികളേയും കാറ്റ് ഒരിക്കലും മാനിക്കുന്നില്ല, സാന്ത്വനമോ, ദിശാവാഹിയോ, ഭയാനകമോ ആയി എപ്പോൾ വേണമെങ്കിലും മാറിമാറി അതിന് രൂപമെടുക്കാം, പകർന്നാടാം. കവിയുടെ ശരീരത്തിന്റെയും മനസ്സിന്റെയും ആയിത്തീരലുകളുടെ പടർപ്പ് കൂടിയാണ് കാറ്റ്. അതിന്റെ അരൂപത്തിൽ, നിത്യാസ്വസ്ഥതയിൽ, മൂർത്തവും അമൂർത്തവും, വസ്തുവും അവസ്തുവും, തോന്നലും അനുഭവവും, വാക്കും പ്രവൃത്തിയും നിഴലും

വെളിച്ചവും - എല്ലാം കലങ്ങിക്കലരുന്നു...
ആർക്കും തടയാനാവാതെ
വാവിട്ട കാറ്റുകൾ വേലി ചാടി
തിരിച്ചുപോകാൻ മടി
കറങ്ങി നടപ്പുണ്ട് (മിലിട്ടറി ക്യാമ്പിലെ കിളികൾ)

അമരക്കാരനും കുട്ടിയും
ഒരു ചുവട് മുന്നിലാണ്
ആ പാദമുദ്രകൾ
അടുത്ത കാറ്റോ തിരയോ
വരുന്നതുവരെ ഉണ്ടാകും (പാദമുദ്രകൾ)
നീ ഇപ്പോൾ അങ്ങോട്ടു ചെല്ലരുത്
കടൽക്കാറ്റ് മണൽ വിതയ്ക്കുന്ന സമയമാണ്...
നമുക്ക് ആരുടേയും ജീവിതശൈലിയിൽ ഇടപെടണ്ട
ആഘോഷത്തിനായ് ഒരു തീരം ഒഴിച്ചിടാം
കാറ്റ് ശമിച്ചെന്നു തോന്നുന്നു (ആഘോഷം)
അരുവികൾ തിളച്ചുപൊന്തിയിട്ടും
കാറ്റിന് തീ പിടിച്ചിട്ടും
ഹൃദയം കഠിനമായില്ല (കവിത)
കുന്നിറങ്ങും കാറ്റിൻ ഞരക്കം (അന്തിതീരത്ത്)
കാറ്റുകൾ
കുഞ്ഞോളങ്ങളെ തിരഞ്ഞു വരും (പുഴ)

5

കടലും കാറ്റും കടലോരവും കാക്കകളും മണലും മത്സ്യവും ഈ കവിതകളുടെ തിണ; അവയുടെയെല്ലാം മണം, രുചി, കാഴ്ച, സ്പർശം, ശബ്ദം - ഈ കവിതയുടെ ഇന്ദ്രിയലോകം. അത്രയും സ്ഥലബദ്ധമായ കവിതകളാണിവ - അവയിൽ ശരീരം തളച്ചിടപ്പെട്ടിരിക്കുന്നു; അവിടെ ത്തന്നെ അഭയം തേടുന്നു; ജീവികളുടേയും സസ്യങ്ങളുടേയും മനുഷ്യ രുടേയും ഒരു സഞ്ചയം കവിയുടെ ശരീരത്തെ ചൂഴ്ന്നുനില്ക്കുന്നു, ചുറ്റുമിരമ്പുന്നു. കിളികൾ, പൂച്ചകൾ, ചിത്രശലഭങ്ങൾ, പല്ലികൾ, മത്സ്യങ്ങൾ, മയിൽപ്പീലി, വാവലുകൾ, കൊതുകുകൾ, ലൗ ബേർഡ്സ്, കാലികൾ എന്നിങ്ങനെയുള്ള ജീവജാലങ്ങൾ, പേര, നെല്ലി, വാഴ, നെല്ല്, പച്ചക്കറികൾ, കാറ്റാടിമരങ്ങൾ, തെങ്ങിൻ തോപ്പുകൾ, തണൽമരങ്ങൾ, സൂര്യകാന്തി, കാന്താരിമുളക്, ഇലവ്, മാമ്പഴം തുടങ്ങിയ വൃക്ഷസസ്യ സാന്നിദ്ധ്യങ്ങൾ, പാല്ക്കാരൻ, മീൻകാർ, മുക്കുവർ, കുട്ടികൾ തുടങ്ങിയ അയൽപക്കക്കാർ... എല്ലാം ഇടകലരുന്ന ഈ ലോകം ബഹുലവും നിബിഡവുമാണ്.

മൂർത്തമായ കടൽ, കടലോര സമൂഹം, ജീവിതം - അതിന്റെ ജൈവികവും ലൗകികവും ദൈനികവുമായ സാന്നിദ്ധ്യങ്ങൾ - മറുവശത്ത് നിരന്തരം തിരയിളകുന്ന, വേലിയേറ്റവുമിറക്കവുമുള്ള, തപ്തവും സദാചഞ്ചലവുമായ ശരീരം, അതിന്റെ വേദനകൾ, വേവലാതികൾ. ഈ കവിതകളുടെ ബാഹ്യവും ആന്തരികവും ആണ് രണ്ടും. ഇവ തമ്മിലുള്ള ജൈവികമായ കെട്ടുപിണച്ചിലുകളാണ് ഓരോ കവിതയും. ചിലതിൽ ലോകം ശരീരത്തിലേക്ക് ഇരച്ചുകയറുമ്പോൾ, ചിലതിൽ ദുർബ്ബലമായെങ്കിലും ശരീരം ലോകത്തെ ആവേശിക്കുന്നു - പ്രണയത്തിലൂടെ ഓർമ്മകളിലൂടെ ആശങ്കകളിലൂടെ..

6

കവിത മാത്രമാണ് ഈ കെട്ട കാലത്തെയും തന്നെ ചൂഴുന്ന സ്ഥലത്തെയും രുഗ്ണമായ ശരീരത്തെയും അനിത്യമായ ജീവിതത്തെയും അതിവർത്തിക്കുന്നത്; മറ്റെല്ലാം കാലത്തെയും ജീവിതത്തെയും ശരീരത്തെയും തല്ലിയും തഴുകിയും കടന്നുപോകുമ്പോൾ കവിത മാത്രമാണ് ഒരു അതിജീവനസാദ്ധ്യത; ശരീരം-മനസ്സ്, വേദന-ഓർമ്മ എന്നിവയുടെയൊക്കെ ഭാരത്തിൽനിന്നുള്ള മോചനം: വാചകക്കസർത്തുകളാൽ ചീഞ്ഞുനാറുന്ന (ചില ദൃശ്യങ്ങൾ) ലോകത്തിൽനിന്നുള്ള മുക്തി; സർവ്വസ്വതന്ത്രമായ ലാഘവത്വം...

മരങ്ങൾ ഇലപൊഴിക്കുമ്പോൾ
കവിത മനനം ചെയ്തു
ഭാരക്കൂടുതലുണ്ട്.
ദർശനം വേണ്ടെന്ന ശാഠ്യമില്ല
നിജിൻസ്കിയുടെ നൃത്തം പോലെ
ഒരു തൂവലിന്റെ ഭാരം പോലെ
കവിത അന്തരീക്ഷത്തിലുയരണം
ഭൂമിക്കു ഭാരമാകാതെ (വാർദ്ധക്യം)
കവിത
ഒറ്റപ്പെടലും
ഏകാന്തതയും
ആവാഹിക്കുമ്പോൾ
മനസ്സ് സ്ഥലജലവിഭ്രാന്തി കഴിഞ്ഞ്
വാടിയിൽ വിശ്രമം
...
നിഴലുകളെ ചവിട്ടിക്കുഴച്ച്
ഒരു വലിയ നിഴൽ മെനയുക അസാദ്ധ്യം
നഗ്നനായി ഭൂമിയിൽ പതിക്കേണ്ട
സമയത്തിനുമുമ്പ്

ഒരു പൂത്തിരി കത്തിച്ച്
പുഴയോരം ചേർന്ന് നടക്കണം (പൂത്തിരി)

അതുകൊണ്ട് എപ്പോഴും കവി ഒരു വെള്ളക്കടലാസ് കരുതിവയ്ക്കുന്നു (കവി); വിണ്ണിന്റെ മൗനത്തിലും മണ്ണിന്റെ നെടുവീർപ്പിലും മുഖം ചേർത്തുവയ്ക്കാൻ (തോണി) കവിതയിലൂടെ മാത്രമേ സാദ്ധ്യമാകൂ എന്ന അറിവ്/അനുഭവം ആണ് ശരീരത്തിന്റെ വേദനയെ സഹനീയമാക്കുന്നതും അതിന്റെ ലോകത്തിലെ നിലനില്പിനെ സാധൂകരിക്കുന്നതും. നൈമിഷികമായെങ്കിലും ഒരു ചിത്രശലഭത്തെപ്പോലെ ('നീ എത്ര സൗമ്യമായിട്ടാണ്/കാലത്തെ നേരിടുന്നത്?' - റിപ്പബ്ലിക് ദിനം) താൻ ജീവിച്ചിരിക്കുന്ന ലോകത്തിന്റെ/കാലത്തിന്റെ ഭാരത്തെ നേരിടാൻ കവിയെ ശക്തനാക്കുന്നത് കവിത എന്ന ആയിത്തീരൽ സാദ്ധ്യത/ക്ഷണം മാത്രമാണ്.

7

ഒരു ഭൂപ്രദേശം, ആവാസവ്യവസ്ഥ, മനോവാസ്തു, ജീവിതാവസ്ഥ ഈ സമാഹാരത്തിലെ കവിതകളിലൂടെ തെളിഞ്ഞുവരുന്നതുകാണാം. കടലിനും കരയ്ക്കുമിടയിൽ, ശരീരത്തിനും മനസ്സിനുമിടയിൽ, രചനയുടെ ഹരത്തിനും വേദനയുടെ ലഹരിക്കുമിടയിൽ മെനഞ്ഞെടുത്ത ഈ ഇടത്തിന് അതിന്റേതായ ഒരു ഭാഷയും കാലാവസ്ഥയുമുണ്ട്, ഭൂമിയും ആകാശവുമുണ്ട്.

ലോകത്തിന്റെ പിടിതരാത്ത വ്യാപ്തിയിൽനിന്ന്, ജീവിതത്തിന്റെ വിഫലതയിൽനിന്ന് നൊടികളെ, അനുഭവങ്ങളെ വീണ്ടെടുക്കലാണ് കവിത. എഴുത്തിലുള്ള ഈ ജൈവികജാഗ്രത, നിരന്തരം ആയിക്കൊണ്ടിരിക്കുക എന്നതാണ് അവയുടെ സ്വഭാവം, ധർമ്മം, ചേതന. വായനയിൽ അത് ലോകത്തിലേക്കും ജീവിതത്തിലേക്കുമുള്ള നിരന്തരമായ തുറന്നിരിക്കൽ ആകുന്നു, ഈ കവിതകൾക്കകത്തുനിന്ന് നിങ്ങൾക്ക് ഒന്നും മുങ്ങിയെടുക്കാനില്ല, അവയുടെ വായന ചില യാത്രകളിലേക്ക് ചില തീവ്രതകളിലേക്ക് പുതിയ ചില കണ്ണികളിലേക്ക് നമ്മെ ചേർക്കുക മാത്രമാണ് ചെയ്യുന്നത്.

ആരോ കല്ലെറിഞ്ഞ് കാക്കക്കൂട്ടം ചിതറിയപ്പോൾ മനസ്സിൽ ചേക്കേറിയ ഒരു മുടന്തൻ കാക്കയെക്കുറിച്ച് ഈ സമാഹാരത്തിൽ ഒരു കവിതയുണ്ട് (കാക്ക) അത് നേരം പുലർന്നിട്ടും കരയുന്നില്ല, കിഴക്കൻ മല ചുവന്നിട്ടും പറന്നു പോകുന്നുമില്ല. അത് ഉള്ളിലിരുന്ന് ചിറകുകൾ കൊത്തിമിനുക്കുന്നു, മനസ്സ് വൃത്തിയാക്കുന്നു, മനപ്പായസം കൊത്തിത്തിന്നുന്നു... ഉള്ളിൽ ചേക്കേറിയ, ഇറക്കി വിടാനാകാത്ത ആ കാക്ക ബാലന്റെ കവിതയിൽ കരയ്ക്കും കടലിനുമിടയിൽ പറന്നുകൊണ്ടേയിരിക്കുന്നു...

26 ഏപ്രിൽ 2017 **സി എസ് വെങ്കിടേശ്വരൻ**

മിലിട്ടറി ക്യാമ്പിലെ കിളികൾ

ഇരുമ്പ് മുള്ളുവേലിക്കപ്പുറം
മിലിട്ടറി ക്യാമ്പ്
നിശ്ശബ്ദത തുളച്ചുപോകും വെടിയൊച്ചകൾ
ചെകിട് തരിക്കും ട്രക്കിരമ്പം
ഭൂമി കിടുങ്ങും ബൂട്സിട്ട കാലൊച്ച.

ഇങ്ങ്, പതിഞ്ഞ കാലൊച്ച
തീപുകയും അടുപ്പുകൾ
പാല്ക്കാരന്റെ മണിയൊച്ച
മീൻകാരന്റെ നീട്ടിയ വിളി.

വനഭംഗി പകരും തെക്കുഭാഗം
മിലിട്ടറി വളപ്പിൽ
അരങ്ങൊഴിയുന്നു മരങ്ങൾ
ചിറകടിച്ചുയരുന്നു കോൺക്രീറ്റ് തൂണുകൾ.

ആർക്കും തടയാനാവാതെ
വാവിട്ട കാറ്റുകൾ വേലിചാടി
തിരിച്ചുപോകാൻ മടി
കറങ്ങി നടപ്പുണ്ട്.

വരുന്നു കിളിക്കൂട്ടം
വാഴകൈയിൽ

18 ശബ്ദത്തിന്റെ കടൽ
പി വൈ ബാലൻ

പേരയിൽ
നെല്ലിയിൽ
അടുക്കള സ്റ്റാന്റിലും
കിളികൾക്കു പേടിയില്ലാഞ്ഞപോലെ
മുടക്കമില്ലാതെ സന്ദർശനം.

വളർത്തുപൂച്ച
ഒന്നിനെ കടിച്ചുകീറി
വടി ചുഴറ്റി
പൂച്ച മൂലയിൽ പതുങ്ങി
കേൾക്കാമകലെ
ഒരു കിളിയൊച്ച
പൂച്ച വീണ്ടും കാതുകൂർപ്പിച്ചു
കിളിക്കൂട്ടം ഇതുവഴി വന്നില്ല.

റിപ്പബ്ലിക് ദിനം

ഉറക്കംതൂങ്ങിയിരിക്കുമ്പോൾ
ഒരു ചിത്രശലഭം
നെറ്റിയിൽ വന്നിരുന്നു,
ചെടികളുണ്ടായിട്ടും
പൂക്കളുണ്ടായിട്ടും
അവിടെങ്ങും പോകാതെ.

നിന്നെ കണ്ടിരുന്നു
ഇരുപതുമണിക്കൂർ മുമ്പ്
ഒരു പള്ളിയിൽനിന്ന്
കഷ്ടിച്ച് രക്ഷപ്പെടുന്ന നിമിഷം
ഒടുവിൽ
എന്നെ സന്ദർശിക്കാമെന്ന് വിചാരിച്ചോ?
കുട്ടികൾ ഇവിടെ ഇല്ലാത്തത് ഭാഗ്യം
നിന്നെ പട്ടം പറത്തിയേനെ
നീ എത്ര സൗമ്യമായിട്ടാണ്
കാലത്തെ നേരിടുന്നത്.

നിന്നെ ആട്ടിയോടിക്കുന്നില്ല
അല്ല, നീ അനങ്ങുന്നില്ലല്ലോ
അനപ്പും പോയല്ലോ
നിനക്കുവേണ്ടി കരഞ്ഞാൽ
ആളുകൾ എന്തു വിചാരിക്കും

20 ശബ്ദത്തിന്റെ കടൽ

പി വൈ ബാലൻ

നീ മരിച്ചത് റിപ്പബ്ലിക് ദിവസം
ഒന്നും ഓർക്കാൻ കൊള്ളാവുന്ന ദിവസമല്ലിത്

നിന്നെ പുസ്തകത്താളുകൾക്കിടയിൽ
സൂക്ഷിക്കും
ഒരു പുരാവസ്തുവായി,
നിന്റെ ചിറകുകൾ
സ്വപ്നത്തിൽ പിടിപ്പിച്ച് കുട്ടികൾക്കൊപ്പം
തൂക്കിലേറ്റിയവരെയന്വേഷിച്ച്
ഒരു യാത്രയ്ക്കൊരുങ്ങുന്നു.

പാദമുദ്രകൾ

കാറ്റുകൊള്ളും കടൽ
വെളിച്ചം പൊലിഞ്ഞ്
മുക്കുവരെയും സഞ്ചാരികളെയും ക്ഷണിക്കുന്നു.
ഒരു കുട്ടി ഒറ്റയ്ക്ക്
ഓളം ചവിട്ടി
ഓരോപിടി മണൽവാരി
കടലിൽ വിതറുന്നു.

കടൽപ്പാലത്തിലിരുന്ന്
ഇനി എത്ര സന്ധ്യകളെ വരവേല്ക്കാനാകും
ഒന്നിനും ഒരെത്തും പിടിയുമില്ല
പണ്ട് കടലിനെ ഇത്ര ശ്രദ്ധിച്ചിട്ടില്ല
എന്റെ ശ്രദ്ധ കൂടിയിട്ടോ കുറഞ്ഞിട്ടോ
കടലിനെന്ത്!

തിരകൾ വന്ന് കടൽക്കരയിലെ
മുഴുവൻ ആളുകളെയും മനംമാറ്റും
നെടുവീർപ്പുകൾ ഒന്നൊന്നായി
തിരകൾക്കു നല്കി മടങ്ങുന്ന ഞാൻ
ഒരമരക്കാരനൊപ്പമിരുന്ന്
കുശലം പറഞ്ഞു
വലനിറയുമ്പോഴുള്ള അവന്റെ മനസ്സ്
വയർ നിറയുമ്പോൾ പോലും എനിക്കില്ല.

22 ശബ്ദത്തിന്റെ കടൽ

പി വൈ ബാലൻ

മുക്കുവനെയും ഉഴുന്നവനെയും
മാനിക്കാത്ത ഒരു നാടിന്റെ ചരിത്രം
ചിതൽ വേഗം തിന്നുതീർക്കും.
ഓരോ കുന്നും ഓരോ കുളവും
മറയുന്നു
ഓരോ പുല്ലും
ഓരോ തുള്ളിയും കരിയുന്നു.

കടലെടുക്കുന്നതെന്തും
തിരികെ കൊണ്ടുവരും
കടലെടുത്ത കൂട്ടുകാരന്റെ കുട്ടി
അമരക്കാരൻ വലവീശുന്നത്
നോക്കി പഠിക്കുകയാണ്.

ഞാൻ അക്ഷരങ്ങളുടെ വലയിൽ
കുരുങ്ങിപ്പോയോ?

അമരക്കാരനും കുട്ടിയും
ഒരു ചുവട് മുന്നിലാണ്.
ആ പാദമുദ്രകൾ
അടുത്ത കാറ്റോ തിരയോ
വരുന്നതുവരെ ഉണ്ടാകും.

കൃഷിപാഠം

അലങ്കാരമത്സ്യങ്ങൾ വാങ്ങാൻ
പോകുന്ന വഴിക്കാണ്
നിന്നെ വീണ്ടും കണ്ടത്

ഒരു കൃഷിക്കാരിയുടെ
നെറ്റിത്തടവും
വിശ്വാസത്തിന്റെ
പൂക്കൾപോലെ കണ്ണുകളും
കാലിന്റെ ചലനക്രമവും
നിനക്കുണ്ടായിരുന്നു

നിർത്തി നിർത്തിയുള്ള സംസാരം
ചിരി, മൗനം വിതയ്ക്കുന്ന ആഴം
കറുത്ത ചർമ്മത്തിന്റെ സൂര്യത്തിളക്കം
മുഖത്ത് നിന്ന് ഇറങ്ങിപ്പോയ ലജ്ജ
ഇതെല്ലാം അന്ന് പ്രകടമായിരുന്നു

പർവ്വതങ്ങൾ ഏറ്റുവാങ്ങുന്ന മഴപോലെ
നീ ഒഴുകി
കൃഷിപാഠങ്ങൾ ഉരുവിട്ട്
ഭൂമി തളിർത്തു

മത്സ്യങ്ങൾ നീന്തിത്തുടിച്ചു
നെല്ല്
പച്ചക്കറികൾ
എല്ലാം വിളഞ്ഞു കുനിഞ്ഞു
കാറ്റ് അകലെ നിന്നു.

ശബ്ദത്തിന്റെ കടൽ

ശബ്ദം മുഴങ്ങുന്ന കാലത്തിന്റെ
പഴക്കത്തിൽനിന്നും
പറുദീസയിലെ നിന്റെ ചുംബനത്തിൽ
അറിവിന്റെ ജലപ്രവാഹം
നദീതട സംസ്കാരങ്ങൾ
പലായനങ്ങൾ
യുദ്ധങ്ങൾ
ഒറ്റയ്ക്കു പോകുന്ന പാന്ഥന്റെ
ആത്മഗീതങ്ങൾ
വംശാവലിയുടെ ചോരക്കറകൾ
നിയമക്കുരുക്കുകൾ
ജനകീയഭരണ പരമ്പരകൾ
വഴിയിൽ ഉപേക്ഷിച്ച്
അന്തർദ്ധാനം ചെയ്ത പ്രവാചകന്മാർ
ഈ യാത്ര നീളുമ്പോൾ
നിന്റെയും എന്റെയും ജന്മങ്ങൾ തിരുവനന്തപുരത്ത്
നിന്നെ കൈപിടിച്ചാനയിച്ച്
ജീവിതസഖിയാക്കി
നിന്റെ ചുംബനത്തിന്
സ്പർശനത്തിന്
ശബ്ദം മുഴങ്ങുന്ന കാലത്തിന്റെ പഴക്കം
രണ്ട് ചുണ്ടുകൾക്കിടയിലെ
നിശ്ശബ്ദതയിൽ

നൂറ്റാണ്ടുകളുടെ പഴക്കമുള്ള കരച്ചിൽ
ആദ്യകരച്ചിലിന്റെ ബാക്കി
രണ്ടു ചുണ്ടുകൾക്കിടയിലെ
നിശ്ശബ്ദതയിൽ
ശബ്ദത്തിന്റെ കടൽ.

സെൽഫി

ആകെ ചുട്ടുപൊള്ളുന്നു
ആരോ കോരിയിടുന്ന കനൽ
സ്വപ്നം കരിഞ്ഞു മണക്കുന്നു
ഓർമ്മ വായിൽ വെന്തുനിറയുന്നു

ചിന്തയെവിടെ?
ചുട്ടുപൊള്ളുന്ന ശൂന്യത.
കിടക്ക മറിയുന്നോ
പൊങ്ങുന്നോ
സെൽഫോ മനസ്സോ പുറത്തുപോകുന്നത്....
എണീറ്റു പിടിക്കാം
അകന്നകന്നു പോകുന്നു
തറയിൽ വീണ്, എണീറ്റ്...
ദാ...വരുന്നു
സെൽഫോ മനസ്സോ
അകത്തുകേറി
ഇനി ഒന്നു കിടക്കണം.

മരുഭൂമിയിലെ പൊടിക്കാറ്റ്
കണ്ണുകൾക്ക് ധർമ്മമില്ല
ദാഹത്തിന് ശമനമില്ല

തലയിൽ തപ്പി
നെഞ്ചിൽ തപ്പി

കനൽക്കട്ടകൾ
ജനലിൽ അവ്യക്തമാകുന്ന കാഴ്ചകൾ
വാതിലിൽ കുറുകി മറയുന്ന നിഴലുകൾ

ചെവിയിൽ ശബ്ദതാരാവലി
ആരോ വായിക്കുന്നു
കാതിനുള്ളിൽനിന്നും
ശബ്ദം ഒലിച്ചിറങ്ങുന്നു
കൈതൊട്ടു നോക്കി ചെറിയ തണുപ്പ്
ചിന്തയും സ്വപ്നവും ഓർമ്മയും
കൂട്ടിമുട്ടി ചിതറുന്ന ശബ്ദം
ഞാൻ പെറുക്കിയെടുക്കാൻ ശ്രമിച്ചു
കൈയിൽനിന്നും ചോർന്നു പോയി
ഒരു കിളി പറന്നുപോയ പോലെ
തലയിൽ തപ്പിനോക്കി
കൊടും തണുപ്പ്
ആരോ കോരിയിടുന്ന ഐസ്
ഓർമ്മ വായിൽ മരവിച്ചു നിറയുന്നു
സ്വപ്നത്തിന് ശവഗന്ധം
സെൽഫോ മനസ്സോ പുറത്തേക്ക് പോകുന്നത്
എണീറ്റു പിടിക്കാം
അകന്നകന്നു പോകുന്നു
തറയിൽ വീണ്, എണീറ്റ്...
ദാ... സെൽഫോ മനസ്സോ
മരവിച്ചു വരുന്നു
അകത്തേക്ക് കേറി
ഒന്നു കിടക്കണം

കൊടും ശൈത്യത്താൽ മലകൾമൂടി
നദിയിലെ വെള്ളം കട്ടപിടിച്ചു
ഒഴുകുന്നത് ഐസ് കട്ടകൾ

ഓ! ഞാൻ ചിന്തിക്കുകയാണല്ലോ
ഉറക്കം എത്ര അകലെയാണ് പോയിരിക്കുന്നത്
യാത്ര ചെയ്തെത്താൻ നാലഞ്ചു ദിവസം പിടിക്കും
വഴിതെറ്റുമോ എന്നാണ് ഭയം
ഭയം എവിടെപ്പോയി മറഞ്ഞു
കരിഞ്ഞു പോയോ?

28 **ശബ്ദത്തിന്റെ കടൽ**

പി വൈ ബാലൻ

ബോഡി ടെംപറേച്ചർ കുറഞ്ഞിരിക്കുന്നു
ആഹാരമോ വെള്ളമോ വേണ്ട
തല പെരുത്തിരിക്കുന്നു
ദേഹം മുഴുവൻ പെരുപ്പ്
ഇപ്പോൾ സമയം എത്ര ആയിരിക്കും
അവൾ വരാൻ സമയമായോ
അതോ അവൾ വന്നോ
ഒരു കോഴിക്കുഞ്ഞ് വരാന്തയിൽ ശബ്ദിക്കുന്നു
ഏത് കാറ്റാണ് വീശുന്നത്
കരക്കാറ്റോ കടൽക്കാറ്റോ
കൈ നക്കി നോക്കാം
നാവ് കടലിന്റെ ആരവം നുണയുന്നു.

ട്യൂട്ടോറിയൽ കോളേജ്

ചിങ്ങം ഒന്നിന്
തലമുടി രണ്ടായ് വകഞ്ഞുപിന്നി
ചുവന്ന റിബൺ കെട്ടി
മുൻവശത്ത് ഒരു കൊമ്പ്
ഇടംകൈയിൽ മറുകൊമ്പ്,
നീല ജാക്കറ്റ്,
നിഷ്കളങ്കമായ ആ കണ്ണുകളിൽ
ഞാൻ ഒളിനോട്ടമയച്ചിരുന്നു
നീ പതറിയില്ല
ഭാവഭേദമില്ല.
പെട്ടെന്ന് പ്രിൻസിപ്പൽ
ചൂരലുമായ് ക്ലാസിലെത്തി
ഫീസ് കൊടുക്കാത്തവരിൽ
നിനക്കു മാത്രം
കൈവെള്ളയിൽ ചൂരൽപ്രയോഗം
നീ കരഞ്ഞില്ല
നിന്നെ ഇറക്കിവിട്ടു
ആത്മബോധം വിണ്ടുകീറി
കണ്ണുകൾ നീ പോയ വഴിയേ പാഞ്ഞ്
മുള്ളുവേലിയിൽ ഉടക്കിനിന്നു.
രണ്ടുമൂന്നു ദിവസം കഴിഞ്ഞ്
വഴിയിൽ കണ്ട നീ ചിരിച്ചതേയുള്ളു
മുറിഞ്ഞ മറുചിരി നല്കി
ഇളിഭ്യനായി രാത്രിയിലേക്ക് നടന്നു.

30

ശബ്ദത്തിന്റെ കടൽ

പി വൈ ബാലൻ

ഇരുപത് വർഷത്തിനുശേഷം
ജയിൽ മുറ്റത്തുവച്ച്
നീ വക്കീലിനോടു ചോദിച്ചു,
ആ പഴയ ട്യൂഷൻ മാസ്റ്ററെ കാണാറുണ്ടോ?

ആഘോഷം

നീ ഇപ്പോൾ അങ്ങോട്ടു ചെല്ലരുത്
കടൽക്കാറ്റ് മണൽ വിതയ്ക്കുന്ന സമയമാണ്.
നൂറ്റാണ്ടുകളുടെ പഴക്കമുള്ള തീരത്തു നിന്ന്
കടൽ കുറച്ചു പിൻവാങ്ങിയിരിക്കുന്നു
ആൾപ്പാർപ്പു കൂടി
കടൽ തിരിച്ചു വരുമെന്നോ
വരാതിരിക്കുമെന്നോ
ഉറപ്പൊന്നുമില്ല.
നിന്റെ അലസമായ ഈ നടപ്പുണ്ടല്ലോ
അത് എനിക്ക് ഇഷ്ടമാണ്
ഗ്രാമത്തിൽ പലർക്കും ഇഷ്ടമല്ല
കാറ്റാടിമരങ്ങൾ വച്ചുപിടിപ്പിക്കുന്ന
ജോലിയിൽ ഗ്രാമവാസികൾ മുഴുകിയിരിക്കുന്നു
എങ്കിലും മറ്റുള്ളവരുടെ ചെയ്തികൾ അറിയാൻ
സമയം കണ്ടെത്തുന്നു
കുശുമ്പും കുന്നായ്മയുമില്ലാതെ എന്തു ഗ്രാമം
മുമ്പ് ഗ്രാമവിശുദ്ധിയെക്കുറിച്ച് പറഞ്ഞ്
വഴക്കുണ്ടാക്കിയിട്ടുണ്ട്
ഇന്ന് അതിന് സമയമില്ല.
ആദ്യം പിറ കാണുക

ഇന്നും വാർത്തയാണ്
കുറെ വിശ്വാസികളുടെ പെരുന്നാൾ ആഘോഷം
നമുക്ക് ആരുടെയും ജീവിതശൈലിയിൽ ഇടപെടണ്ട
ആഘോഷത്തിനായ് ഒരു തീരം ഒഴിച്ചിടാം
കാറ്റ് ശമിച്ചെന്നു തോന്നുന്നു
നിനക്ക് അങ്ങോട്ടുചെല്ലാം.

കേട്ടെഴുത്ത്

അദ്ധ്യാപകൻ കേട്ടെഴുത്തിട്ടു
ക്ലാസിലെ കുട്ടികളുടെ പേരാണ്
എഴുതാൻ പറഞ്ഞത്
ഞാൻ അവളുടെ പേര്
തെറ്റിച്ചെഴുതി
ആരെയും നോക്കിയെഴുതിയില്ല.

വടിവൊത്ത അക്ഷരത്തിൽ
അവളുടെ പേര്
നൂറുപ്രാവശ്യമെഴുതി
ഇമ്പോസിഷൻ തികച്ചു.

അന്നേ ദിവസം ഉച്ചയ്ക്കുശേഷം
അവളുടെ അച്ഛൻ വന്ന്
അവളെ കൂട്ടിക്കൊണ്ടുപോയി
അവൾ മറ്റൊരു സ്കൂളിൽ ചേർന്നതായി
പിറ്റേദിവസം അദ്ധ്യാപകൻ പറഞ്ഞു.

അവൾ
ഒരു ദിവസം മുൻപേ
പോയിരുന്നെങ്കിൽ...

കാക്ക

ആരോ കല്ലെറിഞ്ഞു
കാക്കക്കൂട്ടം ചിതറി
ഒരു മുടന്തൻ കാക്ക
മനസ്സിൽ ചേക്കേറി

നേരം പുലർന്നിട്ടും
കരഞ്ഞില്ല
കിഴക്കൻ മല ചുവന്നിട്ടും
പറന്നു പോയില്ല

ചിറകുകൾ
കൊത്തി മിനുക്കുന്നു
മനസ്സ് വൃത്തിയാക്കുന്നു
മനപ്പായസം കൊത്തിത്തിന്നുന്നു
കാക്കയെ എനിക്ക്
ഇറക്കി വിടാനാവില്ല.

മായ

തലവേദന കൂടി
ഓക്കാനം വരുന്നു
തല ചുറ്റൽ,
താരകങ്ങൾക്ക് കോണുകളില്ല
ചന്ദ്രന് വട്ടമില്ല
താങ്ങായ് ഭൂമി.
ചാറ്റൽ മഴ നനഞ്ഞ് പേടിച്ച്
കൈകുത്തി എഴുന്നേല്ക്കാൻ ശ്രമം
വിഫലം
ശ്വസനത്തിന്റെ ഗതി മാത്രം
ചൂളം വിളിച്ചു വരുന്നതാര്?
മലയിടുക്കുകളിലൂടെ വരുന്ന
പാണ്ടിക്കാറ്റോ?
മരക്കൊമ്പുകൾ ഒടിഞ്ഞുവീഴാം
ശയിക്കുന്ന സ്ഥലവും സുരക്ഷിതമല്ല.
ഉപ്പന്റെ വിളി
വേർപാടിന്റെ വേദന തരുന്നു
പക്ഷികൾ ഉറങ്ങുന്ന സമയമല്ലേയിത്!
കാറ്റ് അടിമുടി തഴുകി, കല്ലാറിലിറങ്ങിയോ
തിരികെ വന്ന് നനഞ്ഞ സ്പർശം തന്ന്
തെങ്ങിൻ തോപ്പിലേക്കോ?
ഇപ്പോൾ
താരകങ്ങൾക്ക് കോണുകളുണ്ട്
ചന്ദ്രന് വട്ടമുണ്ട്.

കവിത

യാതനകളും വേദനകളും
ഹൃദയം കഠിനമാക്കിയില്ല.
മാമലകളും അടിവാരങ്ങളും
കണ്ണിൽ പെടാതിരുന്നിട്ടും
ഹൃദയം കഠിനമായില്ല
അരുവികൾ തിളച്ചുപൊന്തിയിട്ടും
കാറ്റിന് തീ പിടിച്ചിട്ടും
ഹൃദയം കഠിനമായില്ല
ശത്രുക്കൾ പത്മവ്യൂഹമൊരുക്കിയിട്ടും
ഹൃദയം കഠിനമായില്ല
ഹൃദയത്തിന് ഇത്രമേൽ ഭാരമോ
എന്നോർത്തിട്ടും
ഹൃദയം കഠിനമായില്ല
വാക്കുകൾ ഹിമപാതമേറ്റ് രക്തം തുപ്പിയിട്ടും
അർത്ഥങ്ങൾ മുറിഞ്ഞു ചിതറിയിട്ടും
ഹൃദയം കഠിനമായില്ല
ചിന്ത അഗ്നിപോലെ ആളിയിട്ടും
ഇന്ദ്രിയങ്ങൾ ധർമ്മം വെടിഞ്ഞിട്ടും
ഹൃദയം കഠിനമായില്ല.

ഒരു സ്വപ്നം അവശേഷിച്ചിരുന്നു
കവിത മാത്രം.

വാർദ്ധക്യം

വയസ്സ് 60
ഉയരം 165 സെ മീ
ഭാരം 71.5 കി ഗ്രാം
ഈ അളവുകൾ സൂചിപ്പിക്കുന്നത്
അധിക ഭാരം.
പ്രായം കൂടുമ്പോൾ
ശരീരഭാരം കൂടുന്നത് നന്നല്ല
ഭാരം കുറയ്ക്കാൻ വ്യായാമം
ഡോക്ടറെ ശിരസ്സാവഹിക്കുന്നില്ല.
പതിവു നടത്തത്തിന്
പതിവു ചിരികൾ
ചിലപ്പോൾ കൂട്ടത്തോടെ വരുന്ന പട്ടികൾ
ഭയം ജനിപ്പിക്കുന്നു
അവയെ കൊല്ലാൻ തോന്നിയില്ല
മരങ്ങൾ ഇലപൊഴിക്കുമ്പോൾ
കവിത മനനം ചെയ്തു
ഭാരക്കൂടുതലുണ്ട്.
ദർശനം വേണ്ടെന്ന ശാഠ്യമില്ല
നിജിൻസ്കിയുടെ* നൃത്തം പോലെ
ഒരു തൂവലിന്റെ ഭാരം പോലെ
കവിത അന്തരീക്ഷത്തിലുയരണം
ഭൂമിക്കു ഭാരമാകാതെ.

---

* ലോകപ്രശസ്ത നർത്തകനായിരുന്ന നിജിൻസ്കി നൃത്തം ചെയ്യുമ്പോൾ തൂവലിന്റെ ഭാരം കൈവരിക്കും.

കൊടിയേറ്റം

ബെല്ലും ബ്രേക്കുമില്ലാതെ
പകൽ
രാവിലേക്കു സംക്രമിക്കുന്നു
ഇരുൾ വനാന്തരങ്ങളിൽ
നൂൽ പോലെ
ചാന്ദ്ര നിർമ്മിത പാത
ഭ്രാന്തമാം ചിന്തകൾ
ഓരോന്നു കൊന്നു വന്യ-
ജീവികൾക്കെറിഞ്ഞു
സ്വാസ്ഥ്യമാം ഹൃദന്തം തേടി
നീളും വനയാത്ര

ബെല്ലുണ്ട് ബ്രേക്കുണ്ട്
കാണാതിരുന്നതോ!
ഏതു ചിന്തയും ഭ്രാന്തമാകുമോ?
ആരും ഭയക്കുന്ന കാട്
ഉള്ളൊരു കാട്
ബെല്ലും ബ്രേക്കുമില്ലാത്ത യാത്ര.

കണ്ണിൽപ്പെടുന്ന പൂച്ചെടിക്കാട്
മുറ്റത്തു പൂവിട്ട സൂര്യകാന്തി
പള്ളിയിൽ പെട്ടെന്ന് ഗായക സംഘം
അൾത്താര ബാലനായ്

മണി മുഴക്കുമ്പോൾ
മുട്ടുകുത്തുന്ന ജനസഞ്ചയം,
ബ്രേക്കിൽ ചവിട്ടി.
പള്ളിപ്പെരുന്നാളിന്
കൊടിയേറുന്നു.

ലോഡ്ജ്

പുൽച്ചാടികൾ
പുൽത്തകിടിയിൽ നൃത്തം ചെയ്യുന്നു
ലോഡ്ജ് മുറ്റത്തെ കാന്താരിയിൽ
മൂന്നോ നാലോ മുളകുകൾ പഴുത്തു നില്പുണ്ട്
ആരോ പറിക്കുമ്പോൾ വിട്ടുപോയത്
നുള്ളൽപ്പാട് ഞെട്ടിൽ ഇല്ല
ഏതോ മുറിയിൽനിന്നും
മുട്ട പൊരിച്ച മണം

ആരോ ഉപേക്ഷിച്ച
ഒരു ടൂത്ത് ബ്രഷ്
ഷേവിങ് സെറ്റ്
രോമം കിളിർത്തു വരുന്ന
മൊട്ടത്തല തടവുന്ന ഒരാൾ.

ഒരു മുറി അടച്ചിട്ടിരിക്കുന്നു
അന്വേഷിച്ചപ്പോൾ ആരോ പൂട്ടിപ്പോയ മുറി
ഞാൻ ഉദ്ദേശിക്കുന്നയാൾ അതിലായിരുന്നോ?
അഞ്ചാം നേരം കുളി കഴിഞ്ഞ്
നഖം വൃത്തിയാക്കുന്ന ജലപ്പിശാചിനെ നോക്കി
ഒരാൾ മസിൽ പെരുക്കുന്നു.

ലഹരി പെയ്തിറങ്ങുന്ന മുറിയിൽ

എന്റെ ദാഹം പുഴ കടന്നിരിക്കുന്നു
ഇടനെഞ്ചിൽ ഇലവ് പൂക്കുന്നു
കായൽപ്പരപ്പിൽ നിലയ്ക്കാത്ത
ഒരുപാട്ട് ശ്രുതിചേർന്നു പോകുന്നു.
കട്ടില് കണ്ട് പനി വരുന്നപോലെ
ഓർക്കാപ്പുറത്ത് ഒരുറക്കം.

വെളിച്ചം

അവൻ
കളി തോല്ക്കാറായപ്പോൾ
വെളിച്ചക്കുറവെന്ന്
വിളിച്ചു പറഞ്ഞു.

തറയിൽ സൂചി വീണാൽ
എടുക്കാവുന്ന വെളിച്ചമുണ്ട്

പന്ത് മൈതാനത്തിനു
പുറത്തു പോയിരുന്നു
ഒരാൾ പെൻടോർച്ചടിച്ച്
സൂര്യനെ നോക്കി
സൂര്യൻ പടിഞ്ഞാറുണ്ട്
മുഖത്ത് ചുവന്ന മേഘങ്ങൾ.

റഫറി വിസിൽ മുഴക്കി
കളി നാളത്തേക്കു മാറ്റി
കാണികൾ കൂക്കിവിളിച്ചു.
ഇരിപ്പിടങ്ങളിൽ
ഇരുട്ടുകയറിയിരുന്നു
ബി പി നോർമലാണ്.

ഭ്രാന്തന്റെ സത്യഗ്രഹം

ചിന്തകൾക്കൊപ്പം കിളികളും
ഒരു പട്ടവും പറക്കുന്നുണ്ട്
ആരുടേതെന്ന് അറിയില്ല
ആകാശവും ഭൂമിയും നിരീക്ഷണത്തിലാണ്.

സമാധാനത്തിന്റെ പ്രാക്കളെ
പറത്താൻ വന്നവർ
സൂര്യനെ കാണാത്തതുകൊണ്ടോ എന്തോ
മടങ്ങിപ്പോയി.
അയലത്തെ പെൺകൊടി
വെള്ളം കോരാൻ വന്നില്ല
സൂര്യകാന്തിക്ക് ദിശതെറ്റിപ്പോയി
രണ്ടുകുട്ടികൾ കിണറ്റുവെള്ളം
കോരിക്കുടിച്ചു
മണ്ണാന്മാർ മഴ പെയ്യുമെന്ന് വിചാരിച്ച്
വീട്ടിലേക്കോടി
പണിക്കാർ നേരത്തെ പണിനിർത്തി
മുഖം കഴുകി വൃത്തിയായി.
ആകാശവും ഭൂമിയും നിരീക്ഷണത്തിലാണ്.

എന്റെ മുഖം
കൈത്തണ്ടയിൽ താങ്ങി നില്ക്കുന്നു
ആരോ ചിന്തയ്ക്ക് തീ കൊളുത്തി

44

ശബ്ദത്തിന്റെ കടൽ

പി വൈ ബാലൻ

ഇടിവെട്ടി മഴ
ഭൂമിക്കൊപ്പം തലയും തണുക്കുന്നു

രണ്ട് പൂക്കളിറുത്ത് ചെവിയിൽ ചൂടി
ആളുകൾ കൈയടിച്ച് കൊഴുപ്പിച്ചു,
ഉപ്പിട്ട നാരങ്ങാവെള്ളം കുടിച്ച്
ഒരു ഭ്രാന്തന്റെ സത്യഗ്രഹം തുടരുന്നു.

ചില ദൃശ്യങ്ങൾ

ഇരുൾ പുതച്ചുറങ്ങിയ
വഴിവിളക്കുകൾ
പ്രകാശം കൊതിക്കുന്നു
വിലയുടെ നിഴൽ വഴുതി
തെരുവുകൾ നിറഞ്ഞ് ആൾക്കൂട്ടം
ചുമടുതാങ്ങിയുടെ മേൽ
ഒരു നായ
ഒരാളെക്കണ്ടും കുരയ്ക്കുന്നില്ല

മാലാഖമാരുടെ വ്യോമവീഥിയിൽ
മഴക്കാർ മൗനം പൊളിച്ച് നില്ക്കുന്നു
ഭൂമി നനയുന്നില്ല,
ജനക്കൂട്ടം ചേരിമാറുന്നു
വാചക കസർത്തുകളാൽ
ഒരു ലോകം ചീഞ്ഞുനാറുന്നു.
എന്തത്ഭുതം?
നിറങ്ങളുടെ നിശ്ശബ്ദതപോലെ
കുഞ്ഞാടുകൾ
ഇടയന്മാർ വഴിചുഴറ്റുന്നു
ദൈവമേ!
ഞങ്ങളുടെ സഹനത്തിനുമേൽ
നീ എന്താണിത്ര മൗനമായിരിക്കുന്നത്
നീ നിന്റെ സൈനികവ്യൂഹത്തെ

46 <u>ശബ്ദത്തിന്റെ കടൽ</u>

പി വൈ ബാലൻ

അയയ്ക്കാത്തതെന്താണ്
ബർഗ്മാൻ* ആവർത്തിക്കുന്നതുപോലെ
നീ നിശ്ശബ്ദതയാണോ?

അമ്മമാരുടെ കരുണയിൽ
അരാജകവാദികൾ
പുട്ടും മട്ടനും കഴിച്ച് സുരക്ഷിതർ
തടാകങ്ങളിൽ പ്രതിബിംബങ്ങളില്ല
വനപാലകർ പല്ലിളിച്ച്
വരയാടുകൾ എണ്ണത്തിൽ കുറഞ്ഞു
മാമലകളേ പറന്നോളൂ
സമുദ്രങ്ങൾ നിങ്ങളെ കാത്തിരിപ്പുണ്ട്
സമുദ്രങ്ങളെ വിശ്വസിക്കാം.

---

* സിനിമാ സംവിധായകൻ

അന്തിതീരത്ത്

മാമരച്ചോട്ടിൽ കനക്കും തണലുകൾ
മനപ്പച്ചകൾ
പിണയും വല്ലിപ്പടർപ്പുകൾ
കാമം പൂക്കുമല്ലിക്കുടങ്ങൾ
കോഴി കൂകിയുണരും
കൺപോള വിടർന്നയാകാശം
കുന്നിറങ്ങും കാറ്റിൻ ഞരക്കം
കാതിരമ്പം
പൗർണ്ണമി കുടിക്കും
വിസ്മയച്ചെപ്പുതുറക്കും രാത്രി.
കോഴിയിറച്ചിക്കു രുചിയേറുന്നു
മാമ്പഴത്തിന് നല്ല സ്വാദ്
അച്ചാറുകൾ കണ്ട് വായിൽ വെള്ളമൂറുന്നു.
വയസ്സ,ന്തി തീരത്തെത്തി
എല്ലാം നന്നായിരിക്കുന്ന തോന്നൽ
അങ്ങനെയല്ലേ! എന്ന്.

വിചാരണ

വേദനയുടെ കടലിൽ നീന്തുകയാണ്
കരകാണാമെന്ന പ്രതീക്ഷയിൽ
ഏതു ദേശമെത്തിയാലും
അതെന്റെ ദേശമാകും
ഇപ്പോൾ അത്രയൊക്കേ ആലോചനയുള്ളൂ.
ഉള്ളി തൊലിക്കുമ്പോലെ
വേദനകൾ തൊലിച്ചു കളയാമെന്ന് നിനയ്ക്കണ്ട
ഒന്ന് തീരുമ്പോൾ മറ്റൊന്ന്.

ആ കാണുന്നത് മെന്റൽ ഹോസ്പിറ്റൽ
ഒരു സ്നേഹിതൻ ഇറങ്ങിവരുന്നു
ചികിത്സിച്ച് ഭേദമാകാത്ത വേദനകൾ
ഇറക്കി വയ്ക്കാൻ ഒരു ചുമടുതാങ്ങി വേണം
ഇരുളും പ്രകാശവും നഷ്ടപ്പെട്ട
അവന്റെ ആത്മവിലാപം
ചെവിയിൽ മുഴങ്ങുന്നു.

മരങ്ങൾ ഇളംകാറ്റു തരുന്നുണ്ട്
മഴ കുളിരു തരുന്നുണ്ട്,
പുസ്തകത്താളുകളിൽ സൂക്ഷിച്ചിരുന്ന
മയിൽപ്പീലി ഞാൻ എടുത്തുമാറ്റി.
ഹേ! തടവുകാരാ!
നീ പറുദീസ സ്വപ്നം കാണണ്ട
ഒരു താഴ്വര സ്വപ്നം കാണൂ

നീന്തൽ അവസാനിപ്പിക്കുന്നതിനു മുൻപ്
ഒരു ദയാഹർജി കൊടുത്താൽ
വരവേല്പുകാരോ
മുങ്ങൽവിദഗ്ദ്ധരോ
എത്താതിരിക്കില്ല.

ഓർമ്മയും സ്വപ്നവും

ഇരുൾ പുകയുന്നത്
എന്റെ സ്വപ്നത്തിലാണ്
ഒരു പക്ഷി സ്വപ്നത്തിലൂടെ പറന്ന്
ഓർമ്മയിൽ പ്രവേശിക്കുന്നു
ഓർമ്മയുടെ പേരാൽ നിറയെ വാവലുകൾ
പക്ഷി ഓർമ്മയിൽനിന്ന് സ്വപ്നത്തിലേക്ക്
ഉണരുമ്പോൾ
മുഖത്ത് മണൽ ആവരണംചെയ്തു കഴിഞ്ഞു
കുറെ വാവലുകൾ മരമുപേക്ഷിച്ച്
പക്ഷിയെ പിന്തുടർന്നു
ഏകാന്തത കീറിമുറിഞ്ഞപ്പോൾ
സ്വപ്നത്തിന്റെ ഓരിലയിൽ മറഞ്ഞ്
പക്ഷി മൗനമാചരിക്കുന്നു.
ഇരുൾ വ്യാപിക്കുന്നതോടെ
പക്ഷിവേട്ടക്കാരനെ തിരിച്ചറിയുന്നു
സ്വപ്നത്തിൽ ഒരു കൂടാരം പണിത്
പക്ഷിയും അവളും
താമസമായി.
ഒരുച്ചവെയിൽ സമയം
പ്രകാശം ഇരച്ചുകയറി കൂടാരം തകർന്നു
പക്ഷിമാത്രം രക്ഷപ്പെട്ടു.
ഇരുൾ പുകയുന്നത്
എന്റെ നെഞ്ചിലാണ്.

ചുംബനം

നീ ചുംബനം തന്ന
വലത്തെ കവിൾ ലക്ഷ്യമാക്കി
ഒരു കൊതുക് പറന്നു വരുന്നു

തല വെട്ടിത്തിരിച്ചപ്പോൾ
കൊതുക് ഇടത്തെ കവിളിലുരസി
തലയ്ക്കു മുകളിൽ വട്ടംകറങ്ങി
ജനലിലൂടെ പുറത്തുപോയി.

കവിളിൽ തടവി നോക്കി
ഇളം ചുടുചുംബനം ആറിയില്ല.

അരയുറക്കത്തിൽ
കേൾക്കാം മൂളിപ്പാട്ട്
എത്തി കൊതുകിൻ വ്യൂഹം
രക്തപങ്കിലം വലത്തെ കവിൾത്തടം
കുരുതിക്കളം.

വലിയച്ഛൻ (ഗംഗാധരൻ)

വലിയച്ഛന്റെ
ചായക്കട
എന്റെ വീട്ടിൽനിന്ന് അകലെയല്ല
അതിരാവിലെ
പാടിത്തുടങ്ങുന്ന ഗ്രാമഫോൺ
പാതിവഴിയിൽ ഇഴയും
കീ കൊടുത്ത്
വലിയച്ഛൻ
ഒന്നു മൂളി നോക്കും.
വെറും ചായ കുടിക്കുന്നവർ
കടംവച്ച് കഴിക്കുന്നവർ
പട്ടിണികൊണ്ട് കടം വാങ്ങുന്നവർ
എല്ലാവരെയും വലിയച്ഛനറിയാം
ഒന്നും പുത്തരിയല്ല.
പട്ടറയിലിരുന്ന്
വലിയച്ഛൻ ഒരിക്കലും ഉറങ്ങാറില്ല
അങ്ങനെ വന്നാൽ കട നശിക്കുമെന്നാണ്
വലിയച്ഛന്റെ ഭാഷ്യം.
രാവിലെ അപ്പം പിച്ചിടുന്ന
വലിയച്ഛന്റെ വലിയ മനസ്സ് കാത്ത്
കാക്കകൾ.
എനിക്കോ പുട്ട്, പയർ, പപ്പടം, പഞ്ചാര,
വെള്ളച്ചായ

യാചകനും ഒരു പുട്ട്, ഒരു ചായ
മുക്കുവർ പ്രാതൽ കഴിച്ച് മടങ്ങുന്നു.
പണ്ടാരി
പാലുമായ് വൈകിയെത്തുമ്പോൾ
വലിയച്ഛൻ ഇടകണ്ണിട്ട് നോക്കും
ബീഡിപ്പുകയൂതി പാട്ടിന് താളം പിടിക്കുന്ന
പണ്ടാരിയെ വലിയച്ഛന് ഇഷ്ടമാണ്.

വലിയച്ഛൻ ഇന്നില്ല
ഗ്രാമഫോണില്ല
ചായക്കടയില്ല
വലിയച്ഛന്റെ കരുണ കാത്ത് കഴിയുന്ന
ഞാനും കാക്കകളും.

അറിയാതെ

ഒറ്റയ്ക്കിരുന്നു
മുഷിഞ്ഞ്
പുസ്തകം മറിച്ചുനോക്കി
വായനയിൽ മുഴുകാനായില്ല
ചൂടകറ്റാൻ ഫാനിട്ട്
കണ്ണടച്ച്
ബെഡിൽ നിവർന്നുകിടന്നു.

അയലത്തെ വീട്ടിലെ
ലൗബേർഡ്സിന്റെ ചിലയ്ക്കൽ...

കീറിമുറിച്ച്
ഒരു ബൈക്ക് പാഞ്ഞുപോയി.
ലൗബേർഡ്സിന്റെ ചിലയ്ക്കൽ
തകർത്ത്
ഒരു ഹെലികോപ്റ്റർ.
ചാടിയെഴുന്നേറ്റു
ബെഡിലിരുന്നു.

അപ്പോഴാണ് തൊണ്ടയിൽ
ഊരൽ വന്നത്
ചുമച്ചുചുമച്ച്
കണ്ണു നനഞ്ഞു
കണ്ണു ചുവന്നു.

തോന്നൽ

വിഷാദം കുറഞ്ഞു
ഉൽക്കണ്ഠ കുറഞ്ഞു
തലച്ചോർ അത്ഭുത പ്രവൃത്തികൾ
കാട്ടുമെന്ന് കരുതി
ചിന്തയുടെ ആകാശം
പരന്ന് പരന്ന്
ആഴവും വർദ്ധിച്ചു
മല മറിക്കുമെന്ന്
കടൽ ഇളക്കുമെന്ന്.
ഒരു മാസം കഴിഞ്ഞു
ചന്ദ്രൻ പകുതി മറഞ്ഞു
വേലിയേറ്റവും
വേലിയിറക്കവും അറിഞ്ഞില്ല
ഓണനിലാവ്
ഉച്ചിയിൽ പരന്നു.
ഹൃദയം എന്തിനോ വെമ്പൽ പൂണ്ടു
ആകാശത്ത്
ഒരു മഴവിൽ വരഞ്ഞു
അതിൽ
ഹൃദയത്തിന്റെ ചുവന്ന രേഖ

തീ

വയ്ക്കോൽത്തുറുകളിൽ
തീ കത്തിപ്പടരുന്നു
എനിക്കു സംശയം
എവിടെന്ന് തീ വന്നു

കാട്ടുതീയല്ലിത്
നാട്ടുതീ തന്നെ,
കാലികൾ കുറ്റിപൊട്ടിച്ച്
അമറി ചിതറുന്നു
കാലിത്തൊഴുത്തിൽ ശവക്കൂനകൾ

ഹൃദയങ്ങൾ വെന്തു വെണ്ണീറായ്
പായിൽ കുമിഞ്ഞു കൂടുന്നു
അകലെ നിന്നു മഴക്കാറു ചീറി
അഗ്നിവർഷം
ഒപ്പാരി ഉപ്പുതൂണായി
ശബ്ദിക്കാൻ ഭയം

ആയിരം പൗർണ്ണമി കണ്ടവർ
കലപിലെ കലമ്പുന്നു
പൗർണ്ണമിക്കായ് കാത്തിരിക്കുന്നു
മൂവന്തിയിൽ ഒരു കൊള്ളിയാൻ.

പുഴ

ഓർമ്മ വളഞ്ഞുപുളഞ്ഞ് ഒഴുകുന്നത്
ഒരു പുഴയുടെ അടയാളപ്പെടുത്തലാണ്
മൃഗങ്ങൾ
തീരം മണക്കാൻ എന്നും വരും
കാറ്റുകൾ
കുഞ്ഞോളങ്ങളെ തിരഞ്ഞു വരും
വേരുകൾ
മുന്നോട്ടും വശങ്ങളിലേക്കും അനങ്ങുന്നുണ്ട്
പുഴയ്ക്കൊരു പാലം പോലെ
മഴവില്ല്
മഴക്കാറ് താഴ്ന്നിറങ്ങി
പുൽമേടുകളിൽ കിടക്കുന്നു
ഇരുൾ പുതച്ചെത്തും മഴയും നിലാവും
ഒരുമിച്ച് ചൊരിയുന്നു
കാട് വിറപ്പിച്ച് കാന്തസൂചികൾ
ഉപഗ്രഹക്കണ്ണുകൾ
മറ്റൊരു കാടിന്റെ ശിരോമുണ്ഡനം
പുഴയിലെ നമ്മുടെ നോട്ടങ്ങൾ
അവർ ചൂഴ്ന്നെടുക്കുമോ?

കണ്ടുകണ്ടിങ്ങനെ

ദൂരെ വെളുത്ത പുകച്ചുരുളുകൾ
മൂടൽ മഞ്ഞല്ല
ആരോ തീ കായുന്നതാവാം
കരിയിലകൾ പറന്ന്
കാലുകളിൽ തടയുന്നു,
അവ ചവിട്ടിമെതിക്കുമ്പോഴുള്ള ശബ്ദം
അപരിചിത കാല്പെരുമാറ്റത്തെ
ഓർമ്മിപ്പിക്കുന്നു
നടന്നു നടന്ന്
കാല്പെരുമാറ്റമകലുന്നു
പിന്തുടരാൻ വയ്യ.
ഈ സന്ധ്യക്ക്
അവൾ കാത്തിരിപ്പുണ്ടാവും
അവളുടെ കുഴപ്പം പിടിച്ച ആലോചനകൾ
കാടുകയറും മുമ്പ്
എന്റെ കുഴപ്പംപിടിച്ച ആലോചനകൾ
വീടുകയറും മുമ്പ്
ഒരു ചതുപ്പും
പാലവും കടക്കേണ്ടതുണ്ട്.

പ്രമേഹത്തിന്റെ മരുന്നില്ലാതെ
ഈ രാത്രിയെ എങ്ങനെ പറഞ്ഞയയ്ക്കും
നാളെയെ എങ്ങനെ വരവേല്ക്കും.

അകലെ

നീ

വല്ലാതെ വിയർക്കുന്നല്ലോ
നെറ്റി, മൂക്ക്, മാറിടം
ചുണ്ടിൽ ഊർന്നിറങ്ങിയ
വിയർപ്പുതുള്ളികൾ
അധികം ചൂടില്ല!
ഉൾച്ചൂടോ?
ഒരു വിശറികൊണ്ട്
ഈ വിയർപ്പ് മാറുമോ?
മുടിയിൽ ചൂടിയ മുല്ലപ്പൂവുകൾ വാടി
നിന്റെ വസ്ത്രങ്ങൾ നനഞ്ഞു
ഫാനിന്റെ ഇലകൾ കൊണ്ടു വീശട്ടെ?

നീ എന്താണ് മിണ്ടാത്തത്?

നീ വാ
പുതുവസ്ത്രങ്ങൾ അണിയിച്ച്
ശീതീകരിച്ച മുറിയിലിരുത്താം
നീ പറയുന്ന പൂവിന്റെ മണം പരത്താം
"എന്നെ നദിക്കരയിൽ കൊണ്ടുപോകുമോ?
നദി വരണ്ടിരിക്കുന്നു."

കവി

കവിത
ഒറ്റപ്പെടലും
ഏകാന്തതയും
ആവാഹിക്കുമ്പോൾ
മനസ്സ് സ്ഥലജലവിഭ്രാന്തി കഴിഞ്ഞ്
വാടിയിൽ വിശ്രമം

പത്തുമണിപ്പൂവും
നാലുമണിപ്പൂവും
കൃത്യത പാലിക്കുന്നു

കാൽ നനച്ചോ
കുളിച്ചോ
ചൂണ്ടയ്ക്ക് മീൻപിടിച്ചോ
കടലിനെ അറിയുന്നു

ആഹാരക്രമവും
മുഖം കഴുകലും
മുടി ചീകലും
തെറ്റുന്നില്ല
തെരുവും
പൂന്തോട്ടവും
മറക്കുന്നില്ല

കവിത
ഒറ്റപ്പെടലും
ഏകാന്തതയും
ആവാഹിക്കുമ്പോൾ
ശത്രു പല്ല് വൃത്തിയാക്കുന്നു

കവി
ഒരു വെള്ളക്കടലാസ്
കരുതിവയ്ക്കുന്നു.

തോണി

ഇത്രയധികം നടക്കാനാകുമോ
കാണാനാകുമോ?
അമർത്തിപ്പിടിച്ച തേങ്ങൽ
തിരയാനാകുമോ?
ഓരോ കുന്നിനും ഓരോ കൂടിനും
ഓരോ കഥയുണ്ട്.

കുട്ടികളുടെ മുറിഞ്ഞ നോട്ടവും
മടിശ്ശീല നോക്കി കൂനുവന്ന ആൾക്കൂട്ടവും
മഴയിൽ പരതുമ്പോൾ
ഈ വെളുത്ത വസ്ത്രങ്ങൾ
അഗ്നിക്കു നല്കാം.

വിണ്ണിന്റെ മൗനത്തിലും
മണ്ണിന്റെ നെടുവീർപ്പിലും
മുഖം ചേർത്തുവയ്ക്കട്ടെ.

അമാവാസിക്കും
പൗർണ്ണമിക്കും
ചന്ദ്രന്റെ തോണിയില്ല.

കടലിൽ കാൽനനച്ച് മടങ്ങുമ്പോൾ
കടൽ തന്ന നനവും
തിരമാലയൊച്ചയും കൂടെയുണ്ടാവും.

നവംബർ 2

ഈ പടികൾ
കയറിച്ചെല്ലുന്നത്
ഇനിയുമേത് ആകാശത്തിലേക്ക്

പടിയിറങ്ങി ചെന്നപ്പോൾ
വാതിൽ തുറന്നില്ല
പട്ടിയെ കണ്ടില്ല
പൂച്ചയെ കണ്ടില്ല
തണൽമരത്തൈകളും...

കോമാളിയുടെ
മിഠായി പാക്കറ്റുകൾ
തൊഴിലാളിയുടെ
നക്ഷത്രാങ്കിത കൊടിക്കൂറ
സ്ത്രീയുടെ
സ്ത്രൈണസന്ധ്യ.

ഈ പടികൾ
കയറിച്ചെല്ലുന്നത്
ഏത് മെഴുകുതിരി വെളിച്ചത്തിലേക്ക്
കുന്തിരിക്കം പുകയുന്ന ഏതു ദിക്കിലേക്ക്

ഇന്ന്
സർവ്വാത്മാക്കളുടെ ദിവസം.

പൂത്തിരി

ഈ രാത്രി ഇത്രയ്ക്ക് നിരാലംബമായി
നഖം കടിച്ചിരിക്കേണ്ടി വരുമെന്ന്
വിചാരിച്ചില്ല.
രാത്രിയുടെ ഓരോ യാമങ്ങളെയും
ഞാൻ മുറുകെ പിടിച്ചിട്ടുണ്ട്
ചെറിയൊരാധി നെഞ്ചത്ത് രൂപംകൊണ്ട്
ഘനീഭവിക്കുന്നു.
പൂച്ചയുടെ കരച്ചിൽ കേൾക്കുന്നുണ്ട്.
ഇവിടെ ചടഞ്ഞിരുന്ന് കഞ്ഞികുടിച്ച്
കഴിയാമെന്ന പൂതി വേണ്ട
എല്ലാ തിരമാലകളും
ഒരുറച്ച ഭാവി നേരുന്നു.
നട്ടെല്ലു നിവർത്തി നടക്കേണ്ട
ദിവസങ്ങളാണ് വരുന്നത്
ഒരുവശത്ത് ശാന്തമായ കയം
നമ്മെ കാത്തിരിക്കുന്നു.
നിഴലുകളെ ചവിട്ടിക്കുഴച്ച്
ഒരു വലിയ നിഴൽ മെനയുക അസാദ്ധ്യം
നഗ്നനായി ഭൂമിയിൽ പതിക്കേണ്ട
സമയത്തിനു മുമ്പ്
ഒരു പൂത്തിരി കത്തിച്ച്
പുഴയോരം ചേർന്ന് നടക്കണം.

9 789386 637482

Printed by Libri Plureos GmbH in Hamburg,
Germany